மனதோடு நான்

கவிஞர் கோ

ஏலே பதிப்பகம்

மனதோடு நான்

ஆசிரியர் ©**கவிஞர் கோ**

முதற்பதிப்பு 2021
பக்கங்கள் 76

ISBN 978-93-91423-31-5

புத்தகம் வெளியீடு
ஏலே பதிப்பகம்
மின்னஞ்சல் முகவரி
aelaypublish@gmail.com
phone – 9944992571

Aelay Publish
www.aelaypublish.com

என்னுரை

ஒருவர் எதை நோக்கி பயணம் செய்கிறார் என்பது அவர் முடிவல்ல ! அது வாழ்க்கையின் நியதி ! எல்லா உயிரினங்களுக்கும் இந்த பயணம் உண்டு இப்பயணத்தில் நாம் எப்படி செல்கிறோம் என்பதை பொறுத்து தான் நம் வாழ்க்கை அழகாகும். நான் என் பயணத்தில் எங்கிருக்கிறேன் என்பது பெரிய கேள்விக்குறியாகவே ? இருந்தது. பல தடங்களில் பல மனிதர்களை சந்தித்தேன் அவர்களுடையே சென்று அவர்கள் எதை தேடி செல்கிறார்கள் என்று கவனித்தேன். அந்த தேடல்களின் விடைகள் தான் என் கவிதை வரிகளின் தொகுப்பு. நான் எழுதும் கவிதைகள் எல்லாம் விழிகள் அளித்த வரிகளே !!

நான் தமிழ் இலக்கியாவனல்ல, இலக்கணத்தை என்றும் நேசிப்பவன். நான் ஒவ்வொரு கவிதைகளையும் என் நண்பர்களிடம் காட்டும் பொழுது உன் வரிகள் என்னை ஏதோ செய்கின்றது என்று பாராட்டுவார்கள், பார்க்கும் மனங்கள் உள்ள இந்த உலகில் பாராட்டும் மனங்களை என்னிடம் கொடுத்த இறைவனுக்கு என் நன்றியை தெரிவித்து கொள்கிறேன். சிப்பிக்குள் இருந்த என் கவிதை முத்துக்கள் இன்று தான் வெளியே எட்டிப்பார்க்கின்றன அது மாலையாக தொடர வேண்டுமென எல்லாம்வல்ல இறைவனை வேண்டிக்கொள்கிறேன். உங்களிடம் ஒன்றை மட்டும் பதிவு செய்து கொள்கிறேன் கடினமான சூழ்நிலை உங்களை இருள்போல் சூழ்ந்தாலும் வாழ்க்கையை என்றும் காதலித்தே வாழுங்கள்.
இந்த கவிதை தொகுப்பினை வெளியிட உதவிய கவிஞன் மொழி அவர்களுக்கு நன்றியை தெரிவித்து கொள்கிறேன்

கவிஞர் கோ

மனதோடு நான்

தமிழ்

முப்பெரும் காப்பியம் நீயே...
முன்னோர்க்கு முன்னோடி நீயே...
பொதுமறை பொருளும் நீயே...
மென்மையான காதலும் நீயே...
பல சுவை கண்ட மொழியும் நீயே...
பொங்கி பெருகும் சமுத்திரமும் நீயே...
ஐம்பெரும் காப்பியங்கள் நீயே...
அகர முதல எழுத்தும் நீயே...
கசடற கல்வியும் நீயே...
தாகம் தணித்த மொழிபால் நீயே...
என்றும் எங்களை காக்கும் தாயும் நீயே...

பேராசை

அளவில்லா ஆசையது...
அளவுக்கு மீறிய போதையது...
உறவால் கெட்டு...
பகையை தொட்டு...
குருடனாக்கும் பிம்பமது..!

கோபம்

சட்டென்று நிகழ்த்திய செய்கையினால்...
கலங்கும் மனங்கள் ஏராளம்...!
ஒரு நிமிட வேஷத்தில் தீயவன் என்ற மலர் கோலம்...!
அளவின்றி உண்டாலே விஷமாகும் பருக்கையடா..!
பொங்க தெரிந்தாலும் பொறுமை காத்து சமுத்திரம்
ஆகடா...!

சொல்லாத பதில்

காலம் மாறினாலும் கரைந்த கண்ணீர் மாறுமா...?
மனங்கள் மாறினாலும் நின்ற காயம் தான் ஆறுமா...?
ஆறியதும் அரவணைப்பது நலமல்ல...!
தேடும் போது கிடைக்காமல் போவது விதியல்ல...!
உற்றுப்பார்த்தால் ஊசிக்கும் மனமுண்டு..!
கேட்டுப்பார்த்தால் அதற்கும் நிறைய கனவுண்டு...!

திருமணம்

விரல்கள் பூட்டி சுற்றிய மேடையில் பல
வண்ணக்கோலத்தை கண்டேன்...!
ஆயிரம் கைகள் அரிசி தூவ துணையை
என்னுடன் கண்டேன்...!
முகத்தில் வெட்கம், மனதிலே இன்பம்
என இரு காட்சியில்...!

சுக, துக்கத்தில் நாங்கள் என உறுதியெடுத்தேன்
அக்னி சாட்சியில்...!
மூன்று முடுச்சியில் முடிவானது...!
இரு மனங்கள் இங்கே உறவாடுது...!
வாழ்த்துக்களால் திருமணம் நிறைவானது...!

மெழுகுவர்த்தி

வெளிச்சம் பெற உருகும் சக்கரவர்த்தி நான்...!
இருட்டில் மட்டும் என்னை தேடும் அழகு ஜோதி நான்...!
பிறந்தநாளுக்கும் நானே...! இறந்தநாளுக்கும் நானே...!
உருகிய கண்ணீர் படியென உயர்ந்தாலும்..!
துவண்டுப் போகாத அழகு சுடர் நானே...!

கல்லூரி நாட்கள்

தொங்கிய பாதை யாவும் கண்ட மயில் தானே...!
மேளத் தாளங்களிலே வல்லுநரும் வகுப்பில் தானே...!
வேறு வேறு உருவங்கள் உறவான வாழ்க்கையடா...!
தோல்மேல் கைப் போட்டு நடந்த நட்பு வரமடா...!
குறுகிய காலத்தில் அழகிய காலம் தான்...!
இன்னொரு முறை கிடைத்தாலும் சலிக்காத நேரம் தான்...!

கனவு தேடல்

கண்கள் மூடி கனவைத் தேட கண்முன் நின்ற
கார்முகில் சிலை அழகே...!
உன் கருவிழி ஒளியில் மறைத்து கொள்ள
இடம் கொடுப்பாயா மலரே...?
வளர்பிறை என்றும் வாழாது உன் புருவ அழகில்...!
உன் நெற்றியின் சிவப்பில் சிவக்காத
மனிதருண்டோ இவ்வுலகில்...!
மனம் தேடி இனம் சேர நான் இங்கே துடிக்கிறேன்...!
ஒரு கணம் ஒதுக்கி மறுகணம் எனை பார்த்தால்
றெக்கையில்லாமல் பறக்கிறேன்...!
நான் உன்மேல் கொண்ட காதல் கலைந்து போகாது...!
உன் காதலின்றி என் ஜீவன் என்றும் வாழாது...!

தீ

வெந்த உடல்கள் எங்கே...?
வேகாத மனங்கள் எங்கே...?
மறையாத மஞ்சள் சுடரே...
நீ தொட்ட இடம் தான் எங்கே...?
தீங்கிற்கு பிளம்பாவாய்...!
தீபத்திற்கு ஜோதியாவாய்...!
பார்க்கும் பார்வையில் தான் பண்பென்று
உறைத்த உண்மை தீ நீஆவாய்...!

வெளுத்த ஆசை

காலப் போக்கிலே காணாத ஊக்கம்...!
வேகம் முறுக்கிலே பொறுமையும் சிறு பக்கம்...!
தேடல் தொலைதூரம்...!
கவிதையோ மரபாகும்...!
வாலிபமும் வாடகை தான்...!
சொந்தமாகும் தென்றலுக்குத் தான்...!
சிரித்து செல்லடா...!
சித்திரமும் நீயடா...!

என்றென்றும் SPB

பாடும் நிலாவாக மண்ணில் தொடங்கி...!
பாடி பறந்த கிளியாக விண்ணில் சென்றதென்ன
மூச்சு விடாமல் பாடிய சகாப்தம்...!
இன்று பேச்சடங்கி போனதென்ன...!
மன்றம் வந்த தென்றலுக்கும், காதல் தீபம்
ஏற்றிய அழகு மாறாது
அறைத்த சந்தனம் வாசம் போனாலும்...!
உங்கள் நினைவு என்றும் மறந்து போகாது...!
குயிலை பிடித்து கூண்டில் அடைத்து...
விதியும் குரல் தேடி அலைகின்றதே...
காதல் ரோஜாவும் இங்கே கரை படிந்து
கண்ணீர் வடிக்கின்றதே...

வாழ்க்கை வரிகள்

நல்லவர் வேடம் அணிந்த மனிதர்கள் ஏராளம்...
அரசியல் சாயம் கொண்ட மனமும் தாராளம்...
சகோதரத்துவம் இங்கே வேடமா...?
ஒருவரின் விஸ்வாசம் பலருக்கு நீங்காத காயமா...?
கற்றுணர்ந்தால் நீயே துரோகி...!
கண்டுக்கொள்ளாமல் போனால் நீயே தியாகி...!

கலங்கரை விளக்கம்

தேடிய ஊருக்கு முற்று நீ...
வாடிய பயணத்தின் வழியும் நீ... சிலைப்போல் நின்ற
வாழ்க்கையில்
உன்னை தேடியவர்கள் ஏராளம்...!
வழிமாறிய உள்ளங்களுக்கு நீயே அடையாளம்...!
என்று மாறாத சான்று நீ...!
உயரமான அழகு கோலம் நீ...!

முத்தம்

அன்பென்று பொழியும் அழகே
கண்ணீரில் பிரிந்தாலும்...
சிரிக்கும் உலகே...
பண்பென்று பரிமாறும்... சீதனமே
உணர்வில் சுவை
அறிந்த உணர்ச்சி ஓவியமே..
உன்னை கொடுத்தாலும் நட்டமில்லை...
பெற்றாலும் நட்டமில்லை...
அரிய வகை பாச முத்தோ அது...
அதுவே
அன்பான முத்தமாகுது...!

வானம்

நீல வண்ண போர்வையிலே
மேகங்கள் உறவாட....!
பிள்ளைகள் போல் என்றும்
தவழும் நட்சத்திரங்கள் கைக்கூட....!
என்றும் ஆனந்த கண்ணீரால் மக்களை மகிழ வைக்கும்
மழை மகளென கொண்டு...!
கதிரவன் வீச்சினில் ஒளிர்வதை கண்டு...!
நானும் ஆசைப்படுகிறேன் உன்னைப் போல் மனம்
வேண்டுமென்று...!

அப்பா

உன் பிள்ளை நலம்காண கோவில் சென்றாய்...
நீ என் பிள்ளையாக வரம் கேட்க
நானும் கோவில் சென்றேன்...

சோர்வில்லாத சூரியனே... நீ சுட்டாலும் சுகம் கண்டேன்.
பாசமான பாறை நீயோ... உன் தோளில் ஏறி வலம் வந்தேன்...
கண்ணீரை மறைக்கும்...மூடிவைத்த புதையல் நீயோ...
கருமை கலையழகா... என் வாழ்வின் வண்ணம் நீயோ...
கடனாளி ஆகிய பின்னும் கலங்காத கலங்கரை விளக்கே...
சங்கு சுட்டாலும் வெண்மை மாறாத என் உறவே...
கண்ணாடி பார்க்காத என் கண்ணனே
உன்னை தினமும் பார்க்க கண்ணாடியாக வரம் கேட்பேனே
...
நான் மேடை ஏற... கை தட்டல்கள் கேட்டேன்...
கை தட்டளில் உன் முகத்தின் வடிவமே பார்த்தேன்...
உன் ஜாடையின் ஜனனம் நான் தானே...
மீசை முறுக்கில் முத்தமிட்ட முத்தும் நீதானே...

அப்துல் கலாம்

களம் கண்ட வீரன் நீரோ...!
விண்ணில் பாயும் ஏவுகணை அரசன் நீரோ...!
இளைஞர்களின் எழுச்சி நாயகனே...!
எங்கள் இதயத்தில் இன்றும் வாழ்பவனே...!
வல்லரசு என்பது உன் மந்திர வார்த்தை...!
அதுவே எங்களது வேதமான யாத்திரை..!
எளிமையின் சிகரமே...!
வலிமையின் முத்தமே...!
வளர்ச்சியை நோக்கி பயணிக்கும் காலம் இன்று...!
உங்கள் நெற்றியில் விழும்
தலை முடியைப் பார்த்து சிறு குழந்தையும்
சொல்லும் கலாம் என்று...!

தனிமை

கூட்டமாக சுற்றும் தேனீயும், நாட்டம்
அற்று போகுமே...
ருசி மறந்து இனிப்பது
நானே நண்பா...
விண்ணில் பறக்கும்
ஏவுகணையென
ஓட்டம் கண்டேனே...
கண்டவோட்டம்
காகிதமானது ஏனோ நண்பா...
பேச்சும் பழக, சூழ்நிலையில்
விலக மறந்து போனதே...
மறுத்த மனமும்
கருத்தானதற்கு காரணம் சொல் நண்பா...
சிரிக்கும் சிவப்பு
சாயம் போக,உரிமை
உதடும் ஒட்டாமல் போனதே...
திசைமாறிய விசை படகிற்கு
விலையில்லை நண்பா...!
வெளிச்சம் குறைந்து, உணர்வும்
உரைந்து போகுமே...!
கூட்டம் மறந்து
தனிமையிலும்
இனிமை காண்பது நானே நண்பா...!

நடுத்தர வாழ்க்கை

கலைந்து போகும் மேகமென என் ஆசை அலைந்தது...
அலைந்து போன ஆசை இங்கே அலுத்து போனது...
தலையணை ஈரம் கண்டதும் யாரோ?
தலைவிதி மாற கேட்பதும் யாரோ?
மனம் நிறைய கனம் ஏற மருத்து போனதே...
சிரிப்பு இங்கே போலியான வேஷம் போட்டதே...
சிந்தை மாற வழிதடமும் மாறவில்லையே ...
தலை சாய தோல் இங்கே எனக்கில்லையே ...
கோமாளியாக பல கூட்டம் சேர்ந்தாலும்
சிரித்த பின் அழுத மனம் என் விதியாகுமே ...
பலருக்கு பாலமானலும் என் கால்கள் இங்கே தனியாகுமே ...

ஈராமான விறகானாலும் சாம்பலாகிறேனே ...
சாம்பலாக காலம் முழுவதும் நானாகிறேனே ...
பேசாமல் இருந்ததில்லை ... எனக்கு அது பொருத்தமில்லை
ஆனாலும் ஊமையானேனே ...
ஊமையாக வாழநினைத்தேன் இன்று நினைவுகளால்
உண்மையானேனே ...
எதிர் காலம் எனக்கு உண்டென்ற கனவு வந்ததே ...
வந்த கனவு கண்ணோரம் கண்ணீரானதே ...
வாழ்க்கை விதி அதுவாகும் என் விதி எதுவாகும் ...?

ஒரு குடை நட்பு

ஒன்றாக நனைந்தோம்...
ஒரு குடையில் நடந்தோம்...
பாதையெல்லாம் மழையின் சத்தம்...
உடையெல்லாம் ஈர வண்ணம்...
காலம் சென்றது தெரியவில்லை...
ஆனால் ஒரு குடை நட்பு இன்றும் மறக்கவில்லை...

என் சிலையைத் தேடி

என் கனவில் வந்த பெண்ணவளோ என்றே தான் மனதில்...
அட வந்த காதல் மெய்யன்றே சிலிர்த்தேனே பொழுதில்....
நான் மறைந்து மறைந்து அலைந்தேனே
தினமும் என் கனவில்...
அந்த கனவில் வந்த பெண்ணை
நானும் பார்த்தேனே சிலையில்...
உளியில் விழுந்த சிலையே...
உனை பார்த்து மறந்தேனே எனையே...
தேடி வந்து உரைந்து போக நீயே எந்தன் அழகே...

பிரிவு

கண்தேடிய கடந்த வாழ்க்கை
கண்ணீர் கொண்ட பிளவன்றோ ...
நொடிபொழுதில் விதி மாற பிரிந்த பயன்
நினைக்கையில் தவறன்றோ ...
தவறென்று தெளியாத மனிதனின் செய்க்கையிலே ...
தெளிந்த பின்னும் தெரியாமல் சென்றால்
தவறுண்டு போக்கினிலே ...
மறைந்து போக நினைக்காமல், மறக்க செல்லடா...
கடினமான கேள்விக்கு பதிலாக அமைவது அன்புதானடா ...
நிஜம் அழிந்தாலும் நினைவழியுமா ...
நினைவழிந்தாலும் நிஜத்தில் மனம் தெளியுமா ...
தெரியாமல் பேசியதும் அன்பென்று நினையடா...
தொலைந்த இடத்தில் தேடினால்
கிடைக்காமல் போவது ஏதுடா ...
கண்மூடி போனபின் வருகை தெரியுமா ...
வருகை வந்த கண்ணீரை துடைக்க
கண்கள் தான் திறக்குமா ...

குழந்தை

உணர்வுகளின் வெளிப்பாடு நீ அல்லவா...!
அழகிய விழிகளின் அரவணைப்பும் நீ அல்லவா...!
ஆனந்தத்திலும் நீ தான்...!
துன்பத்திலும் நீ தான்...!
சுமையான மனதிற்கு தளர்வானாய்...!
கரையாத உள்ளமும் கரைய நீயே காரணமாவாய்...!

இதுவும் கடந்து போகும்

நிரந்தரமான நிஜம் இல்லாத போது
நிச்சயமான நாளுண்டா
இரவும் பகலும் மாறும் விதியில்
உன் நிலை மாறாமல் போகாதா...
சிரித்த மனிதனும் இங்கு கண்ணீரால் மூழ்கிறான்...
கண்ணீரில் மூழ்கியவனும் ஒரு நாள் வானுயர்கிறான்...
ஒரு போதும் இந்நிலை உனக்கில்லை...
உனக்கான நிலையென்று எதுவும் எழுதவில்லை...
ஆதி இருந்தால் அந்தமும் இருக்கும்...
என் நிலையும் ஒருநாள் கட்டாயமாக கடந்து போகும்...

தாரம்

மூன்று முடிச்சில் உறவென மலர்ந்து...!!
மங்கை முகம் மஞ்சளில் மிதந்து...!!
இன்ப, துன்பத்தில் தோள் கொடுத்து...!!
தாய்வீட்டை மனதோரம் கண்ணீரில்
நினைத்த சிலை அவளே...!!
கண்ணீரைத்துடைத்து, கலங்காத
உறுதியளிக்கும் உண்மையும் அவளே...!!
மக்கட் செல்வத்தை பாதுகாத்து,
பொருட்செல்வத்தை சேமித்து
வழிகாட்டியாய் வாழும் விளக்கும் அவளே....!
எங்கோ பிறந்து, எங்கோ வளர்ந்து
இங்கே தேயும் ஓடு(ம்) அழகான ஓடம் தான்....!

தற்கொலை ஏன்?

நிலையான வாழ்வில்லை,
நினைப்பதெல்லாம் நடப்பதில்லை ...
அழகாய் பிறந்து அவசரமாய் செல்வது
கொடுமையே நண்பா ...
பத்து மாதம் சுமந்தாலும் இங்கே, தோள் மேல்
உன்னை சுமந்தவனும் இங்கே ...
சொல்லாமல் செல்வது நியாயமா நண்பா?
பிறப்புக்கும் உரிமையில்லை, இறப்பிற்கும் உரிமையில்லை
மரணத்திற்கு மன்றாடுவது ஏன் நண்பா?
கசப்பில்லாத மருந்துண்டா, கண்ணீரில்லாத வாழ்வுண்டா
சங்கடம் மறந்து சிரி நண்பா
கனவை கலைத்து நிஜத்தை அழிப்பது பாவம் தானே ...
ஊசி குத்த உயிரை கொள்வது சாபம் தானே ...
மனதை தேடி மகிழ்ச்சியை நாடு ...
சிந்தை மாற நம்பிக்கையையே நீ தேடு ...

புதிய பார்வை

மழை தந்த மேகம் போல் உணர்ந்தேனே ...
உன் மூச்சு காற்று வீசும்பொழுது ...
இரவு மட்டும் வேண்டுமென வரம் கேட்பேனே ...
நிலா வெளிச்சத்தில் உன் முகத்தை பார்த்தபொழுது ...
கூடி வாழ்வேனே, அனை காத்து பார்ப்பேனே,
என்னோடு வாராயோ ....!!

தாவனி வாசம் தேடையிலே, வேகம் வந்த மூச்சு மறைந்தே
உன் நெற்றியின் நடுவில் பொட்டானேன் ...
பாதம் பட்ட தரையிலே, கொலுசின் மணிகள் சிணுங்களிலே
உன் தடத்தின் வரிகள் நானானேன் ...
நரைந்தாலும், காதல் தேடுமே
நீ என்னோடு சேரும் வரை ...

ஒரு பாதி கதவு

என்னவன் நீயென்று தேடி தொலைந்தேன்
உனைத் தேடி எனைத் தொலைத்து நிறம் வெளுத்தேன்
காணாத மயிலிங்கே வண்ண தோகையுடன் ...
கொள்ளாத அழகிலே தான் வியந்த வெட்கமுடன் ...
தேகம் மறைந்த ஆடையிலே ... இவள் தான் உணர்ந்து
கிறுக்கன் போல் சிரித்த வண்ணம்
சிந்தை மாறிய விந்தையது ...
கதிர் குறையும் மாலை வேளையில் குளிராய் சென்றவளே ...
உன் முகம் காணும் தருணத்திலே
வழி மாறிய வழிபோக்கன் நானே ...
ஒற்றை நொடியில் உலகம் மறந்தேன்
உன் பார்வையினால் ...
என்னை மறக்க காத்திருக்கிறேன் உன் பேச்சுக்காக !!!

அம்மா

கண்ணோடு கலையாட, கண்மணியின் முகம் காண,
கொடியில் ஊட்டம் கொடுத்தவளே ...... !!
உருவம் கொடுத்த பணி குடமே ... மஞ்சள்
முகமே மங்களமே ... அச்சம் ஏற்றவளே ... !!
பத்து மாதம் சுமந்தவளே, சுகம் அறியா கொழுந்தே ...
தேனே தேவதையே ... என்னை ஈன்றவளே ... !!
உழைப்பிற்கு உகந்தவளே, கலைப்பை மறந்த
மல்லிகை பூவே
மகிழ்ச்சியே... துன்பம் துறந்தவளே ... !!
சிராட்டிய சிற்பமே ... சீதையே ...
தன் இரத்தத்தை பாலாக்கியவளே ... !!
பண்பும் பணிவும் உரைத்த உள்ளமே ... எல்லோர்க்கும்
இன்பம் இறைத்தவளே ... !!
கட்டிய புடவை கரைபடிந்தாலும் ... கடன்னேற்று எனக்கு
கல்வி கொடுத்தவளே ... தங்கமே ...தாரகையே ...
என் கண்ணீர் துடைத்தவளே ... !!
என் வளர்ச்சியில் விழிகொண்டவளே ... ஏளனம் ஏற்ற
உள்ளமே உன்னதமே ... எனக்கு தைரியம் தந்தவளே ... !!
ஓய்வில்லா ஊதியமே ... என் வாழ்வின் ஓவியமே ...
உன்னை பெற்றெடுத்து பெருமிதம் கொள்ள...
வரம் கேட்கும் வழிப்போக்கனவானே...!

தாயின் கடிதம்

மகனே...! என் மகனே...!
என் அன்பின் செல்வம் நீ தானே...!
விந்தில் வந்த விந்தையே என்றும் நீ சீமானே...!
உன்னைப் பெற்று புகழ் கொண்டேன்...!
இந்த நாளில் மட்டும்
தான் உன் அழுகையைப் பார்த்து கண்ணீரில் சிரித்தேன்...!

கண்ணே...! என் கண்மணியே...!
மூன்றெழுத்தில் என்னை முத்தமிட செய்தவனே...!
நீ என் கைப்பிடித்த காலத்திலே நான் பாதுகாப்பாய்
உணர்ந்தேனடா..!
வெகு நாட்கள் பயணமில்லை...!
வந்து போக அனுமதியில்லை...!
வரம் ஒன்று கிடைத்தால் இன்றே வந்துவிடுவேனடா...!
உன்னுடன் வாழ்ந்த காலமே எனக்கு பொற்காலம்...!
முகத்திலே அழகு பூ கோலம்...!
கண்டதில்லை இந்த பூ லோகம்...!

துன்பம் வர நான் துணை நிற்பேன்...!
துணிச்சல் வர கைப்பிடிப்பேன்...!
உன் மக்கள் வாழ வாழ்ந்திருப்பேன்...!
உன் மனதிலே என்றும் குடியிருப்பேன்...!

மறைந்தாலும்.... கரைந்தாலும்...
உன் கண் முன்னே வந்திடுவேன்...!
எங்கிருந்தாலும் மகனே என்று அழைத்திடுவேன்...!

மரணம்

கூட்டமாக அழுதாலும் கேட்கவில்லையே...!
கேட்ட வார்த்தை சோகத்தில் சொந்தமில்லையே...!
அருகில் இருந்தாலும் தூரம் போனேனே...!
போன தூரம் தனிமையென்று நானும் தெளிந்தேனே...!
திரும்பி பார்த்தால் ஆட்களும் இல்லை..!
தனிமையை விட்டு நானும் வரவில்லை...!
தொடர்ந்தேன்... தொலை தூரமாய்...

வீண் என்று நினைக்கும் ஒவ்வொரு பொருளும் இங்கே
காட்சிக்கு வைக்கப்படுகின்றன ...
வரிசை, பொருளுக்கல்லா நினைத்த நிறங்களுக்கு .... !!!

வறுமை

அச்சிட்ட காகிதமே ...
என் வசம் வாராயோ ...
கனவான என் நினைவே ...
நிஜமாக மாறாயோ ...
பருக்கை பசியார ...
பிழைப்பொன்று தாராயோ ...
நிகழ்காலம் நிறைவாக ...
என்னோடு சேராயோ ...
கண்ணீரும் கரைந்துபோகுதே ...
கண்மூடாமல் காப்பாயோ ...

சுதந்திர செம்மல்

உடையில்லா உருவம் நீயே...!
உண்மையான வேதம் நீயே...!
எளிமையான இனிமைக் கொண்ட
எங்கள் தலைவன் என்றும் நீயே...!
சுதந்திர காற்று வீச போராடிய செம்மல் நீயே...!
அகிம்சை சுடரே... அறம் போற்றிய அன்னல் நீயே...!
உப்பின் உதாரணம் நீயன்றோ...!
இந்தியாவின் தகப்பன் என்ற
பெருமை சான்றோ...!!

உளி விழுந்த சிற்பம்

குறை கூற நீ மனம் தளராதே ... !!
மனம் தளரினால் லட்சியம் இங்கே நிலையாகாதே ... !
உயரம் நோக்கி அடி எடுத்து வையடா ... !
பிடித்த வாழ்வில் பயணம் செய்யடா ... !
அவமானங்கள் சூழந்தாலும் கண்ணீரில் தேம்பாதே ... !
அகற்றபட்டாலும் நீ அறம் செய்ய மறவாதே ... !

இசை

ஆடாத கால்களும் ஆடும் வியப்பு என்னவோ...!
கேளாத செவிகளும் கேட்க தூண்டும் மின்னலோ..!
பெண்ணை வர்ணிக்கும் அன்பு ஆயுதமே...!
காதலை சொல்லும் மையில்லாத கடிதமே...!
உருவமில்லா காதலுக்கு உருவம் கொடுத்தாய்...!
உருவம் கொடுத்த காதலை கண்ணீரில் வைத்தாய்...!

அனாதை

பிறப்பொன்று இங்கே எனக்கு சாபமானதே...!
பச்சிளம் உயிரென்று பாராமல் குப்பையில் போட்டதே...!
பசியாற்ற தாயிங்கு எனக்கில்லையே...
அத்துனை பாவம் நான் ஒன்றும் செய்யவில்லையே...
மிச்சத்திலும் எச்சத்திலும் செல்கிறேன்...
துன்பத்தை சொல்லாமல் மெல்லுகிறேன்...
மற்றவர் பார்வையிலே போதையாகிறேன்...
மனப்பார்வையில் அனாதையாகிறேன்...

காத்திருக்கிறேன்

யுகம் செல்ல மனம் மெல்ல ஏங்குதே உன்னை...
கனம் தீர தோல் சாய சேர்ந்திடு என்னை...
கண்களில் பேச ஆசை பூர்த்தி செய்ய வாராயோ...
கதைகள் கேட்க உன் ஆர்வம் எனக்கு தாராயோ...
விடையில்லா வினாவாக விரைகிறேன்...
உன் பார்வையே அதற்கு பதிலாகுமென நினைக்கிறேன்...!
கதவின் இடுக்கில் ஒளி தெரிய காத்திருப்பேன்...!
அந்த ஒளியில் உன் முகம் தெரிந்தால் பூத்திருப்பேன்...!
தேதி நேரம் கழிந்தாலும்
விழியில் ஒளி ஒழியாது...!

கரையாத காதல்

கரையோர கால் தடங்களும்
என் மௌனம் சொல்லுமே...
கலைத்த அலைகளுக்காக அல்ல
கரையாத உன் மனதிற்காக...!!

கண்ணீர்

உணர்வுகளின் வெளிபாடு நீ அல்லவா...!
அழகிய விழிகளின் அரவணைப்பும் நீ அல்லவா...!
ஆனந்தத்திலும் நீ தான்...
துன்பத்திலும் நீ தான்....
சுமையான மனதிற்கு தளர்வானாய்...
கரையாத உள்ளமும் கரைய நீ காரணமாவாய்...!

காதல்

பல கோடி பூக்களின் இடையே...
வண்ணத்துப்பூச்சியின் வண்ணம் சிலிர்க்கும்...
மென்மையான மெழுகும் உருக
பார்வையிலே ஒளியை ஏற்கும்...
கரடு முரடு பாதையுமே மெத்தையென முத்தமிட
ஓங்கி இடிக்கும் இடியையும் துச்சமாக நினைத்திட.....
மொட்டு விரியும்
முச்சந்தியும், புல்லாங்குழலாகுமே...!
வெறுஞ்சுவர் விரிசலும்...சித்திரமாகுமே...!

கலைந்த கனவு

இறைவா...! என் இறைவா...!
தேகம் அழிக்கும் தேசத்தில் வேதமில்லையா...?
இங்கே வேடிக்கை
பார்க்கும் மானிடருக்கு மனங்களில்லையா...?
பெண்ணும் தெய்வம் என்று சொன்ன
சொற்கள் எங்கே...?
சொற்களை வழிப்படும் ஞானம் தான் எங்கே...?
வெளியே வரும் காலம் தொடங்க
மீண்டும் சிறைப்படும்
ஆயுள் தண்டனை அவலம் வளர்ச்சியா...?
வளரும் நாட்டில் வாழ்கிறேன் என்பது வீண் வதந்தியா...?
உணர்வுகளை கொன்று, உடலை தின்று...
வென்றவன் வீரனா...?
என் பலம் பலவீனம் ஆனது நான் பெற்ற சாபமா...?
கண்ணே மணியே என்று கொஞ்சிய
தாயும் பெண்ணல்லவா...!
என் கனவுகளை கலைத்த நீ மனதுள்ள மனிதனா...?

வாழ்க்கை வழிகாட்டி

வளரும் என்னை உறவென சேர்த்தாயே...!
உன்னை நினைவாக்கும் முன்னே என்னை
நிஜமாக்கினாயே...!
குருதி சிவப்பு எதற்கு உன் மன சிறப்பு போதுமே...!
உன்னை நினைக்கும் போதே என் நிழல் நிறமாறுமே...!
கலை நிறைந்த உலகில், கரையில்லையே...!
நரை பிறந்தாலும் பாசம் விடுவதில்லையே...!!

தங்கை

பூச்சூடிய புன்னகையே...!
மழலை பேச்சு மலர்கொடியே...!
தங்கையான நம்பிக்கை நீதானே...!
சண்டையிடும் சுவர்ணமே...!
கார்முகில் வர்ணமே...!
உன் நிழல் நான் தானே...!
உலக அழகி யார் இங்கே உன் அழகுக்கு முன்னால்...!
பின்னணி பாடகி யார் இங்கே உன் குரலுக்கு முன்னால்...!
நினைவானாலும், நிழலானாலும்
தொடர்வேன் என்றும் சகோதரனாய்...!

மனிதநேயம்

இயந்திரமான மனிதனே
என்னை கொஞ்சம் பாராயோ...
ஒரு ஜென்ம வாழ்விலே
என்னை மறந்து போராயோ...
உயிரில்லா உருவத்தை
மதிப்பாக கண்டாயே...
கண் சிமிட்டும் இருட்டிலே எனை
மூடி வைத்தாயே...
நேசிக்க முடியாமல் நீ மிருகமானாய்...
தேடல் நிறைந்து கண்ணீர் துடைக்க
துணையில்லாமல் கரைந்து போனாய்...
உறவோடு உவமையாய் வாழடா...
உனக்கு நிம்மதி கொடுக்கும்
முதல் வாடிக்கையாளர் நானடா...

மழை

வரமாக வந்த வண்ண ஊஞ்சல் நீயோ...
உன்னில் ஆனந்தமாய் விளையாட
இடமொன்று தருவாயோ...
எல்லோரையும் ஒன்றாக இணைத்த
வள்ளலான விருட்சம் நீயே...
வருங்கால சந்ததிக்கு வாழ வழியும் நீயே...
உன்னை மகிழ்வுடன் கொண்டாட இந்த ஜென்மம் போதாது...
என்றும் உன்னை மகளாக பெற பூமி செய்த புண்ணியமது...

இளமை தியாகம்

துடிப்பான துணிகரமோ
இமையமலையும் இலையாகுமே...

பனைமரமும் பரீட்சைக்காண,
பகலவனுக்கும் திறன் குறையுமோ...

சூறாவளியும் சூடாறுமே
இளமை வேகத்திலே...
குடும்ப சூழல் சுமையேறினாலும்...
சிரிக்குமே சிலை இங்கே...

பக்குவமில்லையென
பார்வை நினைத்து...
பரியேறுமே தியாகம் செழித்து...

வலிமை கொண்டு வளைந்தோட...
வலி மறக்க வளம் சேர்த்து...
புழுதியும் முகம் கொஞ்சுமே...

கடமைக்கொண்டு கண் கலங்குமோ?
இளமையும் நினைவாகுமே தோழா....

நாடகம்

எத்தனை நாடகம்...!
எங்கேயும் நாடகம்...!
தனிமை பார்வையாக கழுகு நாடகம்...!
கூட்டாக இருப்போமென காக்கை நாடகம்...!
அழகு பேச்சிலே அரசியல் நாடகம்...!
உதவும் கையிலே புகைப்பட நாடகம்...!
என்றும் துணையென்ற நாவில் நாடகம்...!
பாச பேச்சிலே நஞ்சு நாடகம்...!
திரையிட்ட உண்மை/ஊமை நாடகம்...!
காதல் தொடங்க நட்பில் நாடகம்...!
முள் கொண்டு, மலர் நாடகம்...!
நல்லவர் உபதேசம் தனக்கென நாடகம்...!
வாழ்க்கை திரையில் இத்தனை நாடக காட்சிகள்...!
நாடகம் நீங்கினால் கலையும் காட்சிகள்...!

நதி

சலனமில்லாமல் சாய்ந்தாடும்...தூளியே
உன் தாலாட்டில் தலை சாய்வேனே...!
சேருமிடம் செம்மையே... வந்த பாதை விந்தையே...
எட்டிப் பார்த்த முகம் மறந்து போவேனே...!
முள்ளென்ன, சேரென்ன நஞ்சு கலந்த பால் தானோ
தடை தகர்க்க, நீல சிவனாவேனே...!!
உயரம் விழுந்தாலும்...துயரமில்லை
உறங்கினாலும் ஊமையில்லை...
கலங்கிய போது தொட்டப் பின்னும்
முத்தமிடுவேனே...!

இரயில் பயணம்

ஜன்னலோர இருக்கையிலே இயற்கை சத்தம்
என் செவிகளின் முத்தங்களால் கொஞ்சுமே...!
கண்ணெதிரே காணா ஓவியமொன்று
அமர இயற்கையும், செயற்கையாகுமே...!

பயணம் தொடர பதறும் பார்வையில்
பேச்சொன்று பூத்து புன்னகை செய்யுமே...!
காற்றின் வேகம் அலைமோத...
கார்மேக கூந்தலோ கலைந்தாட....
அசையா கண்களுடன் ஆராய்ச்சியில் நான் விஞ்ஞானியே...!

அறிமுகம் செய்ய மனம் ஏங்க...
வேண்டாமென கால்கள் தங்க... வேக காற்றிலும்
வியர்வையுற்றவனே...!
நிறுத்தம் மாற,
நிலவும் நிலை மாற
பேசும் மலர் இங்கே வாசம் வீச...
விந்தையென கிள்ளிப் பார்த்து சிரித்தவனே...!

தொடரும் பயணம்
தொடர வேண்டி கண்கள் மூட
நிறுத்தம் வரை நிழல் அவளானாள்...!

கதைகள் கதைத்து,
கன்னங்குழி சிரித்து,
இதயம் நெருங்க அவளே நிஜமானாள்...!

இறங்கும் இடம் விளக்கில் ஒளிர, விடைபெற மனமில்லை
மனமில்லாமல் திரும்ப பார்த்தேன், அவள் இறங்கும் இடம்
இதுவா என்று...!

தன்னம்பிக்கை

வாடிய போதும் கலங்காத உள்ளத்தை வையடா...
வலி இல்லாத வழியில்லை என்பதே நிதர்சனம் தானடா...
கானல் நீராக கவலைகள் மறையுமே...
சென்றயிடம் செய்தியான பின் மனமும் நிறையுமே...
பேச்சென்ன சிரிப்பென்ன சிந்திய சோகம் மணியாகுமே...
சேர்த்த சோகம் சேமித்து மணியான மலையாகுமே...
சிரித்த முகம் தானே சாதனை இங்கே...
முயற்சியோடு போராடிய பின் சோதனை எங்கே...?
வானம் நோக்கி பறக்கும் பட்டம் நீ தானே...
உன்னை உயரத்திலே வைத்திருக்கும் தன்னம்பிக்கை
நூல் நான் தானே...

பார்வையற்றவனின் வாழ்க்கை

கண்ணிலே கண்ணீருண்டு பார்வையில்லையே...
மனதிலே ஏக்கமுண்டு அதை யாரும் கேட்கவில்லையே...
ரயில் பெட்டியாய் வெகுதூரம் நடக்கிறேன்...
கலைப்பிலே சாலையோரம் படுக்கிறேன்....
படுத்த போது என் குச்சியுண்டு...
எழுந்தபோது குச்சியோடு இரண்டு நாணயமுண்டு...
சிரித்தேன்... அழுதேன்...பசியாரினேன்...
வாழ்க்கை போக்கிலே நானும் பயணமாகிறேன்....

தாமரை

இதழ்கள் விரித்த மஞ்சமது...
குளத்தில் முளைத்து கவர்ந்த ஓவியமது...
பார்க்கும் அழகிலே பரிணாமம்...
வண்ணத்திலே இது வெகுமானம்....
பிறப்பிற்கு நீயே இன்னும் அடையாளம்....

பசி

உழைத்து உழைத்து ஓடாய் தேய்ந்து...!
அறுசுவை அறியா உருகும் தேகமதில்...!
பதமாய் வெந்த ஒரு பருக்கையை பார்த்து...!
குளிர்ச்சியடைந்ததடா பசியால் வெந்த வயிறு இங்கே...!!

முதல் காதல்

பையெடுத்து புத்தகம் திறந்தாள்
அழகில் முதல் காதல்!!
வாயெடுத்து இரும்பு பெட்டகம் அவள் திறக்க
இதழ் எச்சில் சிவந்திட....
முதல் காதல்!!
இரட்டை ஜடையணிந்து ஒற்றை பூ இதழ்
சிந்தும் நடையிலே...
முதல் காதல்!!
கண்கள் பரிமாறி பேச்சை மிழுங்கிய போதும்...
முதல் காதல்!!
படர்ந்த நெற்றியில் முத்தமிட்டு திலகமிட்டு
முடிச்சிட்ட... முதல் காதல்!!
என் உயிர் சுமந்து பெற்றெடுத்து கண்ணீரிலும்...
முதல் காதல்!!
தல்லாடிய போது தாங்கிப் பிடிக்கும்
சுருக்கங்களிலும்.. முதல் காதல்!!
மரணம் நேர்ந்து உயரற்று கிடப்பினும்
அவளிடமே... முதல் காதல்!!
எத்தனை முறை வந்தாலும் அவளிடம் மட்டுமே...
முதல் காதல்!!

1 ரூபாய்

உன்னை தேடும் போது கிடைக்காமல் மறைந்து போவாய்...!
ஆயிரம், லட்சம் என சம்பாதித்தாலும் நீயே
தொடக்கமாவாய்...!
நீ இல்லாத திருமணமுண்டா?
நீ இல்லாமல் சவத்திற்கு தான் மதிப்புண்டா?
இரு முகம் கொண்ட மகத்துவமே...!
கம்பீரம் வாய்ந்த சிங்க முகம் என்றும் தனித்துவமே...!
பெரிய முடிவுகள் எல்லாம் ஒரு சுழலில்
என்றும் முத்தமிடுவேன் பெருமிதத்தில்...!

முதுமை சிறகு

அனுபவம் நிறைந்த வாழ்க்கையில்
அளவில்லாத புன்னகையோ...!
மனதில் துன்பம் நிறைந்தாலும்
குழந்தை சிரிப்பின் அகம் நீயோ...!
வயோதிகம் என்று சொன்னாலும்
எனக்கு கவலையில்லை...
கைப்பிடித்து செல்ல ஆளில்லை
என்றாலும் கலக்கமில்லை...!
சிரிப்பேன்... சிறப்பேன்...
என்றும் சிறகு போல் பறப்பேன்...

கடன்

குடும்ப நிலை காரணம் கண்டு இரவல் கேட்டேன்...
என்நிலை கண்டு ஏளனித்த மனிதரையும் கண்டேன்...
சூழ்நிலையில் சுற்றம் அறிந்தேன்...
சுற்றிய பாதையெல்லாம் ஏமாற்றத்திலே தெளிந்தேன்...
காகிதான் வாழ்க்கை நிலையன்றோ...?
கண்டவரின் உண்மையும் இங்கே விலையன்றோ...?
அவமானம் சன்மானம் ஆனதே...!
பாதை தெரியாத பேதையும் நானே...

அனுபவம்

கல்வி கற்று கரை சேரும் அழகு மானிடா...
வந்த பாதை நினைவூட்டும் நினைவு நானடா...
உயரம் ஏற ஊன்றுகோளும் உடைந்து போகுமே...
உச்சம் தொட்டாலும் அறிவுரை வாழ்க்கை
தொடர்ந்து செல்லுமே...
விஞ்ஞானியாக வாழ்ந்தாலும் மாணவன் நீ...
எழுத்தாக வாழ்ந்தாலும் வாழ்க்கை ஆசான் நான்....

பள்ளிப் பருவம்

மணியோசை கேட்க மிதிவண்டியும் வேகம் போகுமே...
வேகம்போன வரிசையும் விளையாட்டில் சிதறி கிடக்குமே...
எட்டிப் பார்த்து எழுதியதை மறக்ககூடுமோ...
பாடம் எடுக்க பசியில் தலையை
மறைத்த தருணம் அருமையாகுமோ...
மைத்தெளித்து உதவலாம் என்ற மனம் கண்ட
களம் தானே...
கொடுத்த பாடம் முடிக்காமல்
மண்டியிட்ட மேதை நாம் தானே....
வயிறு வலிக்க சிரித்த கோமாளியும் பல இங்கே...
பொய் மறைத்து மெய் பேசும் திறமையும் இனி எங்கே...
உன்னை கேட்டால் என்னை கேட்கும் திருப்பமும்
சிறப்பு தானே...

நட்புக்காக தன்னையிழக்கும்
துணிச்சலும் பெருமை தானே...
பன்னிரண்டு வருடங்கள் நொடிகளாயின
சில நிமிடங்களில் பாதை மாறி வருடங்களும் இழந்து
போயின...
சண்டையிட்டு கண்ணீரும் காய்ந்து போனதே...
சண்டையிட்ட கண்களைத் தேடி கண்ணீரும்
தேடிப் போகுதே....

எதிர்ப்பார்ப்பு

வழிமேல் விழி வைத்து ஏங்கிய உள்ளம்...!
சூழ்நிலை மாற வேதனை தள்ளும்...!
விடுபட்ட கேள்விக்கு பதில் இங்கே மௌனமாம்...!
காலமான பதிலுக்கு கேள்வியே மறைவு தான்...!

பெண்

சிவக்கும் குங்குமமே...!
உயர்ந்து பறக்கும் சிறகோவியமே...!
சிந்தனையே...!
தனித்து போராடும் பெருந்தகையே...!
வேதமே... வெற்றி திலகமே...!
மலரில் பெயர் கொண்ட நறுமணமே...!
மனதில் நிலைக்கொண்ட நிம்மதியே...!
நிறையே...!
வகையான வர்ணமே...!
தியாக தீயே... தென்றலே...!
தந்தைக்கு மகளே... மணியே...!
குடும்ப விளக்கே... குல தெய்வமே...!
தமக்கையே... தரமே...!
தன்னம்பிக்கையின் உரமே...!
உண்மை முகமே...!
சிவனின் பாதியே...!
ஆதியே... அந்தமே...!
நீல மேகமே... மேலாடை சுவர்ணமே...!
மனைவியே... மாங்கல்யமே...!
ஆணின் பாக்கியமே...!
அன்பே, அரனே... அடக்கத்தின் சிறப்பே...!
தாய்மையே... தூய்மை உள்ளமே...!
படைப்பின் பெருமையே...!
பெற்றெடுத்த நற்குணமே..!
நிகரில்லா உன்னதமே...!
இரண்டெழுத்து குரலே...!
உன்னை எழுதி பெருமைக்கண்ட பேனா நான்...!

மறைந்த நிலா

நிலவே!! நிலவே மறைந்து விடு
உன்னிடம் போட்டிப்போட என் நிலவு இங்கில்லை .....
கலைந்த மேகங்களை ஒன்றுசேர்க்க
என்னிடம் கண்ணீர் திரிகளும் இல்லை ....!
தேடல் நிறைந்த வாழ்க்கையில் விடுப்பு வந்தது ஏன் ....?
விடுப்பு என்று வார்த்தை இங்கே விடுதலை பெற்றது ஏன் ....?
தேகம் மறந்து நான் தூங்க படுக்கை இங்கு எனக்கில்லையே
...
சோகம் நிறைந்து நான் தூங்கி, விழித்து பார்த்தால் கலை
முகம் எனக்கில்லையே ....
கண்களை மூடி கனவில் வாழ்கிறேன் ....
மூடிய கண்கள் திறக்காமல் இருக்க என்றும்
விடியலை வெறுக்கிறேன் ....

ஆண்

பிறப்பொன்று தவமே தான்....
ஆணென்று பிறத்தல் ஒரு வரமன்றோ...
வடிவமான வட்ட நிலவே...
இங்கு விடிதலும் இவன் உழைப்பிலன்றோ...
ஈடென்ன, சீரேன்ன... கடனான சுமையென்ன...
சண்டையிடும் சகோதரனானேனே....
வாலிபம் வலைந்தோட.. மீசை முறுக்க...
மலர்க் கொண்ட பாவை முன் காதலனானேனே...
பெற்றதென்று பெருமை வகித்து...
சிரிப்பிலும் இருக்கமான தகப்பனானேனே...
நோயென்ன... தோய்வென்ன... சிரித்த முகம்...
சிவப்பென்ன... வலி மறைத்த மனிதனானேனே...
புத்தாடை விருப்பமில்லை...
தனக்கென்று நகல்லில்லை...
சூழல் அறிந்த சுயநலமானேனே...
கண் கலங்கா கற்பாறை என நினைக்க...
பாறையிடுக்கில் பூவிருக்க மனம் மறைத்தேனே...
பானை உடைக்க... நீரை தூக்கி...
இனம் பார்க்க தீயைக்கொண்டு தனிமையானேனே....

காதல்

வானவில் வருடும் வண்ணம் நீதானே ....!
உன்னை பூசி கொண்ட மேகம் நான்தானே ....!
பூமியில் முளைத்த ஜீவன்கள் அனைத்திற்கும் கேட்பார் ஏது?
நீ பூத்தெழுந்து உன் பொன் பாதங்களால் பூமியை
முத்தமிடும் போது ....!
சிற்பியானாலும் உன் கண்ணை என்னால்
செதுக்க இயலாமல் போனது ....!
உன் கண்ணின் காந்தத்தால் என்னை நான்
மறந்து போனதே மெய்யானது ....!
தேடல் இல்லாத காதல் இல்லை ....!
நீ இல்லாமல் எனக்கு காதலேயில்லை ....!

சுமையான வாலிபம்

ஆசை ஒரு பக்கம்...
அகமோ மறுபக்கம்...
மையிட்ட கண்ணை தேடாத கலியுகம்...
மெய் சிறக்க காலம் தேடி...
பொய் நிகழ் வாழும் வாலிபமே....

துரோகம்

நினைவு தெரிந்து உரிமை உடனிருக்க...
பேராசை நோயினால் நிலை மறக்க...
குருதி சொட்டாமல்... கூர்மை மனம் கிழிக்க...
வலியில் சிரித்தேனே... விதி இதுதானோ... என்று...!!

சகோதரி

விட்டுகொடுத்து எட்டி பார்த்த .... என் ஜீவனே ....
கண்கட்டிய பொழுதை நான் என்றும் மறவேனே ....
கன்னம் கிள்ளி முத்தமிட்ட முதலுறவே ...
நீயின்றி நானில்லை என்பதை உணர்வேனே ....
குறை கூறும் பழக்கத்திலே பஞ்சு
வெடித்த தலையணையோ ....
திட்டுவாங்கிய போதும் பழி ஏற்ற தியாகி நீ தானே ..
மாங்கல்யம் ஏற மலர் தூவவே ...
கலங்கிய கண்ணில் கம்பீரம் உடைத்தவளும் நீதானே ...
வெகுதூரம் சென்றாலும் பிரிவினை ஏதடி வாழ்க்கை
அமைந்தாலும் முதலுரிமை தானடி..

நட்பு

மரமான செடியே, மலரே, மணம் வீசும் மரகதமே ....
இனம் தொட்டு மனம் கேட்கும் புது உறவே ...
கரும்பலகை கருத்திலே,
மரபலகை ஓசையில் கவிபாடும் கலையே ...
மனம் பகிர்ந்து முத்தமிட்ட முதல் கவியே ...
உணவில் சரி பாதி, உள்ளத்தில் உணர்வை எய்திய உளியே ....
தடம் பார்த்து விழியில் தடைத்தகர்த்த தங்கமே ....
ஊக்குவிக்கும் உருவமாய், குருதியினம் சாராத உறுதியான உடன்பாலே ....
என் கண்ணீர் துடைத்த கலைமானே ...
தொலைதூரம் சென்றாலும் தொடரும் சுடர்கொடியோ நீ ...
உதிர்ந்தாலும் உருவம் பெறுவனே உந்தன் மடியிலே நான் ....

பிச்சைக்காரன்

உயர்ந்த கோபுரம் உச்சத்திலே ...
உணர்ச்சி கண்டேனே ....
கடைசிவரிசையும் கேலி செய்ய ...
சருகான தோற்றம் கொண்டேனே ...
வறுமை வயிற்றை கிள்ளியபோது ...
வாசல் வகித்தேனோ ...
உருவமில்லா குரல் அரங்கேறிய போதும் ...
வெறுமை சகித்தேனோ ...
காண்பதுமே காற்றானது ஓய்வுமே ஓரம் போனது
தன்னம்பிக்கையே எனக்கு ஊன்றுகோலானது ...

முடிவில்லா வரிகள்

ஒரு கதை எழுதினேன் அதில் நீ வரிகளானாய் ...!
முதல் பத்தியில் நீயே முழு உருவானாய் ...!
எழுதும் என் சொற்கள் எல்லாம் உன்னை நினைக்கின்றன..!

உனை நினைத்து நான் எழுதும் போது சொற்களும்
கவிதையாகின்றன ...!
மலர் சூடிய காட்சியில் நீ மணமகளாம் ...!
அந்த மலரிலும் மணம் குறைய காரணம்
என் நினைவுகளாம் ...!
உன்னை எழுதும் என் எழுத்திற்கு முடிவில்லை ...!!
முடிவில்லா கதைக்கு காரணம் நானில்லை ...!

9 789391 423315

Printed by Libri Plureos GmbH in Hamburg, Germany